Matthias Fiedler

Wazo la Kiubunifu la Uambatanishaji wa Mali Isiyohamishika: Uwakala wa Mali Isiyohamishika Ukirahishishwa

Uambatanishaji wa mali isiyohamishika: Uwakala mwepesi na rahisi wa Mali Isiyohamishika kwa kutumia jukwaa la kiubunifu la Uambatanishaji wa Mali Isiyohamishika

Maelezo ya Uchapishwaji – Impressum | Ilani ya Kisheria

1.Makala kama Kitabu Kilichochapishwa | Februari 2017
(Chapisho la asilia ni la nchini Ujerumani, Desemba 2016)

© 2016 Matthias Fiedler

Matthias Fiedler
Erika-von-Brockdorff-Str. 19
41352 Korschenbroich
Ujerumani
www.matthiasfiedler.net

Uchapishaji na uzalishaji:
Tazama imprint kwenye ukurasa wa mwisho

Usanii wa Jalada Matthias Fiedler
Uundaji wa E-Book: Matthias Fiedler

ISBN-13 (Paperback): 978-3-947184-68-2
ISBN-13 (E-Book mobi): 978-3-947128-58-7
ISBN-13 (E-Book epub): 978-3-947128-59-4

Taarifa za wasifu wa Deutsche Nationalbibliothek: Deutsche Nationalbibliothek: inarekodi chapisho hili kwenye Deutsche Nationalbibliografie; data ya kina zaidi ya wasifu zinapatikana kwenye inteneti katika http://dnb.d-nb.de.

MUHTASARI

Kitabu hiki kinaeleza wazo la kimageuzi la jukwaa (app) la uambatanishaji wa mali isiyohamishika duniani kote likipiga hesabu ya mauzo yanayowezekana (Dola Bilioni), ambalo limeshirikishwa kwenye programu ya wakala wa mali isiyohamishika likijumuisha tathmini ya mali isiyohamishika (uwezo wa mauzo ya Dola Trilioni).

Hii yamaanisha kwamba mali isiyohamishika za kukodesha na ya nyumba za kibiashara, ama ambayo mmiliki anaishi ndani au iliyokodishwa, yaweza kufanyiwa uwakala ifaafyo na katika njia yenye kukomboa mda. Hii ndiyo siku za baadaye za uwakala wenye ubunifu na kiutaalamu wa mali isiyohamishika kwa maajenti wote wa mali isiyohamishika na wamiliki wa mali. Uambatanishaji wa mali isiyohamishika hufanyika nusra katika mataifa yote na hata kote katika mataifa.

Badala ya "kumletea" mali mnunuzi au mkopeshaji, kukiwa na jukwaa la uambatanishaji wa mali isiyohamishika, wanunuzi wanaotaka au wakodeshaji wanaweza kuhitimishwa (saka profaili) na kisha wakaambatanishwa na kuunganisha na mali inayopeanwa na maajenti wa mali isiyohamishika.

YALIYOMO

UTANGULIZI

Mnamo mwaka 2011, nilianzisha na kukuza wazo hili lililoelezwa hapa la mchakato wa kiubunifu wa uambatanishaji wa biashara ya ujenzi wa nyuma.

Tangu mwaka wa 1998, nimekuwa nikihusika na biashara ya mali isiyohamishika (ikijumuisha uwakala wa mali isiyohamishika, kununua na kuuza, kutahmini, ukodeshaji, na ukuzaji wa mali). Mimi ni wakala (IHK) , mwanauchumi wa mali isiyohamishika (ADI) na mtaalamu aliyethibitishwa wa ukadiriaji wa thamani ya mali isiyohamishika (DEKRA) na vile vile mwanachama wa chama kinachotambulika cha kimataifa cha mali isiyohamishika cha Royal Institution of Chartered Surveyors (MRICS).

Matthias Fiedler
Korschenbroich, 10/31/2016
www.matthiasfiedler.net

1. Wazo la Kiubunifu la Uambatanishaji wa mali isiyohamishika: Uwakala wa Mali Isiyohamishika Ukirahishishwa

Uambatanishaji wa mali isiyohamishika: Uwakala mwepesi na rahisi wa Mali Isiyohamishika kwa kutumia jukwaa la kiubunifu la Uambatanishaji wa Mali Isiyohamishika

Badala ya "kumletea" mali mnunuzi au mkopeshaji, kukiwa na jukwaa la uambatanishaji wa mali isiyohamishika, wanunuzi wanaotaka au wakodeshaji wanaweza kuhitimishwa (saka profaili) na kisha wakaambatanishwa na kuunganisha na mali inayopeanwa na maajenti wa mali isiyohamishika.

2. Malengo ya Wanunuzi waja au Wakodeshaji na Wauzaji wa Mali

Kwa mtazamo wa wauzaji mali isiyohamishika na wenye nyumba, ni muhimu kuuza au kukodesha mali yao haraka na kwa bei ya juu zaidi iwezekanavyo.

Kwa mtazamo wa wanunuzi waja na wakodeshaji, ni muhimu kupata mali ifaayo ili kukidhi hitaji lao na wamudu kuikodesha au kuinunua kwa haraka na kwa wepesi iwezekanavyo.

3. Mbinu za Awali za Kusaka Mali Isiyohamishika

Kwa kijumla, wanunuzi waja au wakodeshaji wa mali isiyohamishika hutumia jukwaa kubwa za mtandaoni za mali isiyohamishika ili kusaka mali kwenye eneo wanalopendelea Pale, wanaweza kupata mali au orodha ya viungo kuelekea kwenye mali waliyotumiwa kwa baruapepe baada ya kuanzisha profaili fupi ya usakaji. Hii hufanywa mara nyingi kwenye jukwaa 2 hadi 3 za mali isiyohamishika. Baadaye, yule muuzaji kwa ujumla huwasilianwa naye kwa baruapepe. Kutokana na hilo, yule mmuzaji au mwenye nyumba huoata nafasi na idhini ya kuwasiliana na mhusika aliye na hitaji

Kwa ziada, wanunuzi waja au wakodeshaji huwasiliana na maajenti binafsi wa mali isiyohamishika kwenye eneo lao na profaili ya usakaji huundwa kwa ajili yao

Watoa huduma kwenye jukwaa za mali isiyohamishika huja kutoka kwa sekta zote mbili, ya mali isiyohamishika za kibinafsi na ya kibiashara. Watoa huduma wa ujenzi wa nyumba za kibiashara haswa ni maajenti wa mali isiyohamishika na katika hali zingine wa makampuni ya ujenzi, mawakala wa mali isiyohamishika na makampuni mengine mali isiyohamishika (katika maandishi haya , watoa huduma wa kibiashara hufahamika kama maanjenti wa mali isiyohamishika).

4. Shida za Watoa huduma wa Kibinafsi / manufaa ya Maajenti wa mali isiyohamishika

Kuwa na mali isiyohamishika kwa ajili ya kuuza, wauzaji wa kibinafsi hawana hakikisho la kuuza papo hapo. Katika hali ya mali ya kurithi, kwa mfano, hauenda pasiwe na makubaliano baina ya warithio au huenda kile cheti cha urithi kikawa hakipo. Kwa kuongezea, masuala yasiyo wazi ya kisheria kama haki ya kuishi huenda yakatatiza ule uuzaji.

Kwa mali ya ukodeshaji, inaweza kutendeka ya kwamba yule mwenye nyumba hajapokea vibali rasmi, kwa mfano vile vinavyohitajika ili kukodesha sehemu ya kibiashara kama makaazi.

Wakati ajenti wa mali isiyohamishika anahudumu kama mtoa huduma, kwa kijumla tayari amebainisha vipengee vilivyotajwa hapo awali. Tena zaidi, nyaraka zote husika za mali isiyohamishika (mchoro wa sakafu, mchoro wa eneo la ujenzi, cheti cha kawi, cheti cha usajili, nyaraka rasmi, nk.) tayari huwa vinapatikana. Kutokana na haya, ule uuzaji au ukodeshaji unaweza kukamilika haraka na bila kutatizika.

5. Uambatanishaji wa mali isiyohamishika

Ili kuambatanisha wanunuzi au wakodeshaji wanaohitaji na wauzaji au wenye nyumba kwa haraka na kwa urahisi iwezekanavyo, kwa kijumla ni muhimu kuwa na mtazamo na mfumo wa kiutaalamu.

Hili linafanyika hapa kwa jinsi (au mchakato) inayolenga kinyume cha mchakato wa usakaji na utafutaji baina ya maajenti wa mali isiyohamishika na wahusika wanaohitaji. Hii inamaanisha kwamba badala ya "kumletea" mali mnunuzi au mkopeshaji, kukiwa na jukwaa la uambatanishaji wa mali isiyohamishika, wanunuzi wanaotaka au wakodeshaji wanaweza kuhitimishwa (saka profaili) na kisha wakaambatanishwa na kuunganisha na mali inayopeanwa na maajenti wa mali isiyohamishika.

Katika ile hatua ya kwanza, wanunuzi waja au wakodeshaji huanzisha profaili maalumu ya usakaji kwenye lile jukwaa la uambatanishaji wa mali isiyohamishika. Profaili ya usakaji hujumuisha takriban silabi 20. Silabi zifuatazo zinaweza kujumuishwa (orodha haijakamilika) na ni muhimu kwa ile profaili ya usakaji.

- Eneo / Code ya Posta / Mji
- Aina ya Mali
- Ukubwa wa Mali
- Eneo la Kuishi
- Bei ya Kunua / Kukodesha
- Mwaka wa Kujengwa
- Orofa
- Idadi ya vyumba
- Iliyokodeshwa (ndio/la)
- Iliyo na Basement (ndio/la)
- Roshani/Eneo la nje la kutembelea roshani (ndio/la)
- Mbinu ya Upashaji joto
- Nafasi ya Kuegesha gari (ndio/la)

La umhimu hapa ni kwamba sifa hizi haziingizwi kienyeji lakini badala yake huchaguliwa kwa kubofya au kufungua safu husika (k.v. aina ya mali) kutoka kwa orodha iliyoamuliwa awali ya yawezekanayo/ chaguo (kwa ajili ya aina ya mali: nyumba, boma la familia moja, bohari, afisi, nk.).

Ikihitajika, wahusika walio na hitaji wanaweza kuanzisha profaili za ziada za usakaji. Urekebishaji wa profaili ya usakaji pia unawezekana.

Kwa kuongezea, wanunuzi waja au wakodeshaji huingiza data kamili ya mawasiliano kwenye safu zilizobaishwa. Hizi hujumuisha jina la mwisho, jina la kwanza, mtaa, nambari ya nyumba, code ya posta, mji, nambari ya simu, na anwani ya baruapepe.

Katika muktadha huu, pande husika zinapeana idhini yao ili kuwasilianwa nao na kupokea mali inayoambatana kutoka kwa maajenti wa wafanya mali isiyohamishika.

Pande husika hapa pia huingia katika kandarasi na mwendeshaji wa jukwaa la uambatanishaji wa baishara ya ujenzi wa nyumba

Katika hatua inayofuata, zile profaili za usakaji hupeanwa kwa maanjenti walionunganishwa wa mali isiyohamishika, wasiofahamika kufikia sasa, kupitia kwa jukwaa la programu (api) – kwa mfano linalofanana na jukwaa la programu la Ujerumani la "openimmo". Yafaa kutiliwa maanani hapa kwamba jukwaa hili la programu – kwa kimsingi ufunguo wa utekelezaji wenyewe – linafaa kufanya kazi au kuhakikishia uhamishaji hadi kwa kila programu ya mali isiyohamishika inayotumika kwa sasa. Ikiwa hali haiko hivyo, inafaa kufanywa kuwa hivyo kwa kiteknolojia. Kwa kuwa tayari kuna jukwaa za programu zinazotumika kwa sasa, kama ile iliyotajwa awali ya "openimmo", na nyinginezo vile vile, linafaa kuweza kuhamisha ile profaili ya usakaji.

Sasa wale maanjenti wa mali isiyohamishika hulinganisha ile profaili na mali zilizoko sokono kwa sasa. Kwa lengo hili, mali ile hupakiwa kwenye jukwaa la uambatanishaji aa mali isiyohamishika na hulinganishwa na kuunganishwa na sifa husika.

Baada ya ule ulinganishaji kukamilika, ripoti ambayo huonyesha uambatanishaji kwa njia ya asili mia hujionyesha. Kwa kuanzia na uambatanishaji wa 50%, ile profaili ya usakaji huonyeshwa kwenye programu ya ile mali isiyohamishika.

Sifa binafsi hupimwa dhidi yazo zenyewe (mfumo wa alama) ili baada ya kulinganisha zile sifa, asili mia ya uambatanisho (kiwango cha uwezekano wa uambatanisho) huamuliwa. Kwa mfano, sifa ya "aina ya mali" hupima juu zaidi kuliko sifa ya "eneo la kuishi". Kwa kuongezea, baadhi ya sifa (mf. nyumba ya chini kwa chini) zinaweza kuchaguliwa ambazo ile mali lazima iwe nazo.

Katika ulinganishaji wa sifa za uambatanishaji, inafaa pia kuhakikishwa kwamba maanjenti wa mali isiyohamishika wanafikia tu maeneo (waliyotuma maombi) wayapendayo. Hili hupunguza juhudi za ulinganishaji wa data Hii ni muhimu hasa ikizingatiwa kwamba mawakala wa mali isiyohamishika mara nyingi hufanya kazi kwa misingi ya kimaeneo. Inafaa kutiliwa maanani hapa kwamba kupitia kwa cloud solutions leo hii inawezekana kuhifadhi na kushughulikia idadi kubwa ya data.

Ili kuhakikisha uwakala wa kiutaalamu wa mali isiyohamishika, ni maajenti pekee wa mali isiyohamishika hupata ufikiaji wa zile profaili za usakaji.

Hadi hapa, wale maajenti wa mali isiyohamishika huingia katika kandarasi na mwendeshaji wa lile jukwaa la uambatanishaji wa mali isiyohamishika.

Baada ya ulinganishaji/uambatanishaji husika, yule ajenti wa mali isiyohamishika anaweza kuwasiliana na wateja, na vile vile wateja wanaweza

19

kuwasiliana na wakala wa ile mali isiyohamishika. Ikiwa yule ajenti wa biashara ya ujenzi wa nyumba ametuma ripoti kwa mnunuzi mja au mkodeshaji, hii pia inamaanisha kwamba ripoti ya shughuli au dai la ajenti la mrejaa wa ile mali isiyohamishika hujitengeneza pale kunako uuzaji au ukodeshaji uliokamilika.

Hii ni chini ya sharti kwamba yule ajenti wa mali isiyohamishika ni kibarua wa mmiliki wa mali (muuzaji au mwenye nyumba) ili kupeana ile mali au kwamba kibali kimepeanwa kwao ili kupeana ile mali.

6. Upeo wa Matumizi

Uambatanishaji wa mali isiyohamishika unaoelezwa hapa unatumika kwa uuzaji na ukodeshaji wa mali isiyohamishika katika sekta ya nyumba za makazi na ya kibiashara. Kwa nyumba za kibiashara, sifa husika za ziada huhitajika.

Kunaweza pia kukawa na ajenti wa mali isiyohamishika upande ule mwingine wa wanunuzi waji au wakodeshaji, kama ifanyikapo kimazoea, kwa mfano ikiwa yeye alitumwa na wateja.

Kwa mjibu wa maeneo ya kijiografia, lile jukwaa la uambatanishaji wa mali isiyohamishika linatumika karibu kwa kila nchi.

7. Manufaa

Mchakato huu wa uambatanishaji wa mali isiyohamishika huwa na manufaa mengi kwa wanunuzi waja na wauzaji, ama wawe wanatafuta kwenye eneo lao (eneo wanaloishi) au wanahamia katika mji tofauti au sehemu kwa sababu zinazohusiana na kazi.

Wanahitaji tu kuingiza profaili yao ya usakaji mara moja ili kupata taarifa kuhusu mali inayoambatana kutoka kwa maajenti wa mali isiyohamishika wanaoendesha shughuli kwenye eneo linalotakikana.

Kwa maajenti wa mali isiyohamishika, hili huwa na manufaa makuu kwa upande wa urahisi wa utekelezaji na kukomboa mda kwa ajili ya uuzaji au ukodeshaji.

Wao hupokea mhutasari wa papo hapo wa jinsi uthabiti wa uwezekano wa uhitaji wa wahusika ulivyo kwa kila mali wao wanawasilisha.

Kwa ziada, maajenti wa mali isiyohamishika wanaweza kuendea moja kwa moja kundi husika wanalolenga, amablo limepeana mawazo bayana kuhusu mali iliyo "ndotoni" mwao katika ule mchakato wa kuanzisha profaili yao ya usakaji. Yale mawasiliano yanaweza kuanzishwa, kwa mfano, kwa kutuma ripoti za mali isiyohamishika. Hii huzidisha ule ubora wa mawasiliano na pande zinazotaka kujihusisha ambazo zinafahamu kile zinachotafuta. Pia inapunguza idadi ya miadi ya uangaliaji wa ile mali, ambapo pia hupunguza jumla ya mda wa utafutaji soko wa mali inayofanyiwa uwakala.

Baada ya yule mnunuzi au mkodeshaji mwenye uwezo kutazama ile mali inayopenwa, ile kandarasi ya ununuaji au ukodeshaji yaweza kukamilishwa, kama ilivyo na njia ya zamani ya utafutaji soko ya mali isiyohamishika.

8. Sampuli ya Upigaji hesabu (Uwezo) – kwa makazi ambayo mmiliki anaishi humo pekee na nyumba (bila ya vyumba vya ukodeshaji au nyumba za kibiashara)

Mfano ufuatao utaonyesha wazi wazi uwezo wa lile jukwaa la uambatanishaji wa mali isiyohamishika.

Katika eneo la kijiografia lenye wakazi 250,000, kama vile mji wa Mönchengladbach (Ujerumani), kuna - makazi takriban 125,000 (wakazi 2 kwa kila makazi). Kiwango cha wastani cha uhamaji ni takriban 10%. Hilo linamaanisha kwamba makazi 12,500 huhama kwa mwaka. Kiwango cha kuhamia na cha kuhama cha Mönchengladbach hakijatiliwa maanani hapa. Takriban makazi 10,000 (80%) husaka nyumba za kukodesha na takriban makazi 2,500 (20%) husaka nyumba ya kuuzwa.

Kwa mjibu wa ripoti ya soko la mali kutoka kwa kamati ya kiushauri ya mji wa Mönchengladbach, kulikuwa na ununuzi wa nyumba upatao 2,613 mnamo mwaka wa 2012. Hii inathibitisha ile idadi iliyotajwa awali ya wanunuzi waja 2,500. Idadi hii ingekuwa juu zaidi, lakini si kila mnunuzi mja aliweza kupata mali aliyohitaji. Idadi haswa ya wanunuzi waliohitaji na waliona uwezo - au, specifically, idadi ya profaili za usakaji - inakadiriwa kuwa mara mbili juu zaidi ya kiwango cha wastani cha uhamaji cha takriban 10%, ambayo ni profaili za usakaji 25,000. Hili linajumisha uwezekano kwamba wanunuzi wenye uwezo wameanzisha profaili maradufu za usakaji kwenye lile jukwaa la uambatanishaji wa mali isiyohamishika.

Pia inafaa kutajwa kwamba kwa misingi ya ujuzi, takriban nusu ya wanunuzi wenye uwezo na wakodeshaji kafikia hapo walipata mali yao kwa kushirikiana na ajenti wa mali isiyohamishika; na kuongezea makazi 6,250.

Ujuzi wa hapa awali pia unaonyesha kwamba kwa uchache asilimia 70% ya makazi yote yalitafuta nyumba kupitia kwa jukwaa la mtandaoni, ambalo ni makazi 8,750 (inayoambatana na profaili za usakaji17,500).

Iwapo asilimia 30% ya wanunuzi na wauzaji wote wenye uwezo, ikimaanisha makazi 3,750 (au profaili za usakaji 7,500) wangeanzisha profaili ya usakaji kwenye jukwaa (app) la uambatanishaji wa nyumba kwa mji kama Mönchengladbach, maajenti wa nyumba waliounganishwa wanaweza kupeana mali zifaazo kwa wanunuzi wenye uwezo kupitia profaili za usakaji 1,500 (20%) na kwa wakodeshaji wenye uwezo kupitia profaili za usakaji 6,000 (80%).

Hili lamaanisha kwamba katika mda wa wastani wa usakaji wa miezi 10 na wa bei ya sampuli ya EURO 50 kwa mwezi kwa kila profaili ya usakaji iliyoanzishwa na wanunuzi au wakodeshaji wenye uwezo, kunao uwezekano wa mauzo wa EURO 3,750,000 kwa mwaka na profaili za usakaji kwa mji wenye wakazi 250,000.

Kwa kutumia takwimu hii kwa Ujerumani yote na kwa idadi ya watu ikiwa ni wakazi 80,000,000 (milion 80), hii inaleta uwezo wa mauzo wa EURO 1,200,000,000 (EURO bilioni 1.2) kwa mwaka. Ikiwa asilimia 40% ya wanunuzi au wakodeshaji wote wenye uwezo walisaka nyumba kupitia kwa jukwaa la uambatanishaji wa nyumba badala ya asilimia 30%, uwezekano wa mauzo zaidi ungeongezeka hadi EURO 1,600,000,000 (EURO bilioni 1.6) kwa mwaka.

Uwezekano wa mauzo zaidi unarejelea tu nyumba na boma ambazo ni wamiliki wanaishi humo. Mali ya ukodeshaji na uwekezaji kwenye sekta ya nyumba za makazi na jumla ya sekta ya nyumba za kibiashara haijajumuishwa kwenye hesabu hii ya uwezekano wa mauzo zaidi.

Kukiwa takriban makampuni 50,000 Ujerumani katika biashara ya uwakala wa mali isiyohamishika (ikijumuisha uwakala wa mali isiyohamishika, makampuni ya ujenzi, wanabiashara ya mali isiyohamishika, na makampuni mengineo ya mali isiyohamishika), takriban wafanyakazi 200,000 na hisa za asilimia 20% ya haya makampuni 50,000 yakitumia jukwaa hili la uambatanishaji wa ,ali isiyohamishika kwa wastani wa leseni 2, matokeo yake (kwa kutumia sampuli ya bei ya EURO 300 kwa mwezi kwa kila leseni) ni uwezo wa mauzo wa EURO 72,000,000 (EURO milioni 72) kwa mwaka. Tena zaidi, ikiwa utumwaji wa maombi kwenye eneo la profaili za usakaji utatekelezwa, mauzo mengi ya ziada yanaweza kupatikana, kulingana na muundo.

Kukiwa ni huu uwezekano mkubwa wa wanunuzi na wakodeshaji wenye profaili bayana za usakaji, maajenti wa mali isiyohamishika hawahitaji tena kusasisha hifadhidata yao – ikiwa wanayo – ya pande za wahusika wenye hitaji. Kwa kuongezea, kuna uwezekano wa idadi ya profaili za usakaji za sasa hivi ikazidi idadi ya profaili za usakaji zalizoundwa na wengi wa maajenti wa mali isiyohamishika kwenye hifadhidata zao.

Ikiwa hili jukwaa la kiubunifu la uambatanishaji wa mali isiyohamishika lingetumiwa katika mataifa kadha, wanunuzi wenye uwezo kutoka Ujerumani wanaweza, kwa mfano, kuunda profaili ya usakaji wa vyumba starehe likizoni mediterranean kwenye kisiwa cha Majorca (Uspani) na maajenti walionunganishwa wa Majorca wangewasilisha nyumba zao zinazoambatana kwa wateja wao wa wenye uwezo wa Ujerumani kwa baruapepe. Ikiwa ripoti zenyewe ziko kwa Kispani, wakodeshaji wenye uwezo wanaweza sikuhizi kutumia programu ya kutafsiri kutoka kwenye mtandao ili kutafsiri kwa haraka yale maandishi hadi kwa Kijerumani.

Ili kuweza kutekeleza mwambatano wa profaili za usakaji kwa mali zilizoko bila ya vizuizi vya lugha, ulinganisho wa sifa husika unaweza kufanywa ndani ya lile jukwaa la uambatanishaji wa mali isiyohamishika kwa misingi ya sifa (za kihesabu) kwenye programu, bila kujali lugha, na lugha husika inawekwa pale mwishoni

Wakati unapotumia lile jukwaa la uambatanishaji wa mali isiyohamishika katika bara zote, ule uwezo wa mauzo uliotajwa awali (kwa wale wanaoshughulika na usakaji) ukionyeshwa kwa urahisi utakuwa ifuatavyo.

Idadi ya watu ulimwenguni:
Wakazi 7,500,000,000 (bilioni 7.5)

1. Idadi ya watu katika mataifa yaliyoimarika kiviwanda na yaliyo na viwanda vikuu:
   Wakazi 2,000,000,000 (bilioni 2.0)

2. Idadi ya watu katika mataifa yanayoibuka:
   Wakazi 4,000,000,000 (bilioni 4.0)

3. Idadi ya watu katika mataifa yanayoendelea:
   Wakazi 1,500,000,000 (bilioni1.5)

Uwezo wa mauzo wa mwaka mzima wa Ujerumani unabadilishwa na kuonyeshwa kama EURO bilioni1.2 kukiwa na wakazi milioni 80 na vipengele vifuatavyo kama havijatiliwa maanani kwa mataifa yaliendelea kiwanda, yanayoibuka, na mataifa yanayoendelea.

1. Mataifa yaliyoendelea kiwanda: 1.0

2. Mataifa yanayoibuka: 0.4

3. Mataifa yanayoendelea: 0.1

Matokeo yake ni uwezo ufuatao wa mauzo ya mwaka mzima wa (EURO bilioni1.2 x idadi ya watu (katika mataofa yaliyoimarika kiwanda, yanayoibuka, au yanayoendelea) / wakazi milioni 80 x kipengee).

1. Mataifa yaliyoendelea

   Kiviwanda   EURO bilioni 30.00

2. Mataifa
   yanayoibuka   EURO bilioni 24.00

3. Mataifa
   yanayoendelea   EURO bilioni   2.25

   Jumla   **EURO bilioni 56.25**

9. Hitimisho

Jukwaa hili ambalo limeonyeshwa jinsi linavyofanya kazi lina manufaa makubwa kwa wale wanaotafuta mali isiyohamishika (pande husika) na kwa maajenti wa mali isiyohamishika.

1. Mda unaohitajika ili kutafuta mali inayostahili hupungua kwa pande zote husika kwa sababu wanahitaji tu kuunda profaili yao ya usakaji mara moja pekee.

2. Wakala wa mali isiyohamishika hupata kujiangalilia kwa kijumla idadi ya wanunuzi au wakodeshaji wenye uwezo, ikijumisha taarifa za mahitaji yao spesheli (profaili ya usakaji).

3. Pande husika hupata tu mali wanayohitaji au inayoambatana (kwa misingi ya profaili ya usakaji) kutoka kwa maajenti wote wa mali isiyohamishika (kama vile uchaguaji wa awali wa kiotomati)

4. Maajenti wa mali isiyohamishika hupunguza juhudi zao za kudumisha hifadhidata ya profaili za usakaji kwa sababu profaili za kudumu za usakaji wa sasa hivi zinapatikana.

5. Kwa kuwa ni wahudumu wa kibiashara/maajenti wa mali isiyohamishika tu ambao wameunganishwa kwenye jukwaa la uambatanishaji kwa mali isiyohamishika, wanunuzi au wakodeshaji wenye uwezo wanaweza kushirikiana na maajenti wa mali isiyohamishika walio na ujuzi.

6. Maajenti wa mali isiyohamishika hupunguza uangaliaji wa miadi yao na mda wa utafutaji soko kwa kijumla. Kutokana na hayo, idadi ya uangaliaji miadi ya wanunuzi au wakodeshaji wenye uwezo hupungua na vile vile ule mda wa ukamilisho wa kandarasi ya ununuzi au ukodeshaji.

7. Mmiliki wa mali itakayounzwa au kukodeshwa hukomboa mda viile vile. Pia kuna manufaa zaidi ya kifedha, huku pakiwa

na mda mchache wa nyumba za ukodeshaji kuwa wazi na ununuliwaji wa haraka zaidi wa mali inayouzwa kutokana na ukodeshaji au uuzaji wa haraka.

Kwa kutekeleza wazo hili katika uambatanishaji wa mali isiyohamishika, hatua kubwa za kimaendeleo zitaweza kufikiwa katika uwakala wa mali isiyohamishika.

10. Ushirikishaji wa jukwaa la Uambatanishaji wa mali isiyohamishika kwenye Programu Mpya ya Mali Isiyohamishika, Ikijumuisha Tathmini ya Mali isiyohamishika

Kama maneno ya mwisho, lile jukwaa la uambatanishaji wa mali isiyohamishika lililoelezewa hapa laweza kuwa kipengee muhimu cha programu mpya ya mali isiyohamishika-inayopatikana ulimwenguni tangu mwanzo. Hili lamaanisha kwamba maajenti wa mali isiyohamishika wanaweza ama wakatumia jukwaa la uambatanishaji wa mali isiyohamishika pamoja na programu ya mali isiyohamishika wanayotumia sasa hivi, au wakatumia hii programu mpya ya kusimamia mali isiyohamishika ikijumuisha jukwaa la uambatanishaji wa mali isiyohamishika.

Kwa kushirikisha jukwaa hili la kiubunifu lanalofanya kazi kwa urahisi la uambatanishaji wa mali isiyohamishika kwenye programu mpya ya mali isiyohamishika, hatua muhimu ya uuzaji ya programu ya uwakala wa mali isiyohamishika huundwa ambao utakuwa muhimu kwa ajili ya ufikiaji wa masoko.

Kwa kuwa utathmini wa mali isiyohamishika ni kipengee muhimu cha uwakala wa mali isiyohamishika, hii programu mpya ya uwakala wa mali isiyohamishika lazima iangazie chombo kilichoshirikisha cha utathmini wa mali isiyohamishika. Utathmini wa mali isiyohamishika na mbinu za ufanyaji hesabu zinaweza kufikia vigezo husika vya data kutoka kwa mali iliyoingizwa/ kuhifadhiwa ya wakala wa mali isiyohamishika. Vivyo hivyo, wakala wa ile mali isiyohamishika anaweza kufikia vigezo visivyotimia kwa ujuzi wake wa pekee wa soko la kieneo.

Kuongezea, ile programu ya wakala wa mali isiyohamishika yafaa kuwa na chaguo la kushirikisha safari za kimfano za kutembelea mali iliyoko kwenye mali isiyohamishika. Hili laweza kutekelezwa kwa urahisi kwa kubuni app ya ziada ya simu za mkononi na/au vijipakatalishi ambayo inaweza kurekodi na kisha kushirikisha ile safari ya kimfano ya kutembelea mali isiyohamishika - kiotomati - kwenye ile programu ya uwakala wa mali isiyohamishika.

Ikiwa lile jukwaa jepesi na la kiubunifu la Uambatanishaji wa Mali Isiyohamishika utashirikishwa kwenye programu mpya ya uwakala wa mali isiyohamishika pamoja na kukubalika kwa mali isiyohamishika, uwezekano wa mauzo hupanda juu zaidi tena.

Matthias Fiedler

Korschenbroich, 10/31/2016

Matthias Fiedler

Erika-von-Brockdorff-Str. 19

41352 Korschenbroich

Ujerumani

www.matthiasfiedler.net